தப்பு விதை

ஸ்ரீநேசன்

தன்னறம் நூல்வெளி ● குக்கூ காட்டுப்பள்ளி

தப்பு விதை (கவிதைகள்)
ஸ்ரீநேசன்
உரிமை: ஆசிரியருக்கு
முதல் பதிப்பு: டிசம்பர் 2022
அட்டை ஓவியங்கள்: பெனித்தா பெர்சியாள்
உள் வடிவமைப்பு: ஜீ. முருகன்
அட்டை வடிவமைப்பு: இரா. தியாகராஜன்
வெளியீடு:
தன்னறம் பப்ளிகேஷன்,
குக்கூ காட்டுப்பள்ளி,
புளியானூர் கிராமம்,
சிங்காரப்பேட்டை- 635307
பேச: 9843870059
thannarame@gmail.com
www.thannaram.in

Thappu Vithai
by SreeNesan ©

First Edition: December 2022

Publised by:
Thannaram Publication
Address: Cuckoo forest school,
Puliyanur Village,
Singarapettai - 635307
thannarame@gmail.com
www.thannaram.in
Printed at: Jothy Enterprises, Chennai - 5

ISBN No: 978-93-95560-05-4

Pages: 70, Price: INR 90

“குருவைத் தரிசிக்க வான்வழியில்
பயணித்துக்கொண்டிருந்தபோது கீழே மேகங்களூடே
மெதுவாக நழுவிக் கொண்டிருந்த மாபெரும்
இயற்கையின் நிலக்காட்சி வியாபகத்தில் அவரது
இருப்புக்குப் பொருளென்ன தன்னை அவர்
ஈர்த்ததன் மறைபொருள் என்னவென ஒரு கணம்
யோசித்திருந்தான் உலகோர் அறிந்துள்ள மார்க்ஸை
அம்பேத்கரை பெரியாரை அவர்கள் பிறந்த மண்ணில்
காண நாள்தோறும் பெருந்திரள் பயணிக்குமா
காந்தியின் நினைவிடத்தில் தொண்டர்கள் பக்தர்களாகத்
தினந்தோறும் திரள்வார்களா அறிவாகவும்
அமைப்பாகவும் மேதைகளை நூல்கள் வழி
அறிவதுபோலும் வள்ளுவரை வாசகரை வள்ளலாரைக்
கவிதைவழி காண்பதுபோலும் யோகிகளை
சித்தர்களை ஒருவரும் அறிவதில்லை ரமணரையும்
ராம்சுரத்தையும் துறவியென அல்லாது சூட்சுமப்
பிறவிகளாய் உணர்கிறார்கள் அது என்னவென்று அறியும்
அவ்அறிவு வேண்டி இம்மண்ணில் வந்து நின்றவன்
கண்டுகொண்டான் தேடி எங்கும் போகாத ஓர்மை தானே
தேடி வந்து தேடுமிடம் இட்டுச் செல்லும்.”

நிறைய எழுத விரும்பியும்
நிறைவில்லா கவிஞர்களுக்கு...

மெய்ந்நலக் காப்பு

உடல் இனிது
உடலில் சுடர்ந்திடும் உயிர் இனிது
அது வாழ்க
ஒவ்வோர் உறுப்பின் ஆற்றலும் அளப்பரிது
கண் நன்று
காணுதலின் ஒளி மட்டற்றது
இனிதாம் செவி அதனொலி நுகர்வு சிறப்பு
சுவை மணமுணர் நாவும் நாசியும் இனியன
உடல் போர்த்திய தோல் மேன்மை
வனப்பில் தொடுவுணர்வோங்குக
மார்பகம் அழகு
பால் சுரப்பு நாளங்கள் நலம் எய்துக
இதயம் தெய்வம்
அதன் இடையறாப்பணி உயிர்மையுடைத்து
முகிழ்த்தோடும் குருதி அரிது
நீரிழிவும் அழுத்தமும் நீங்குக
உயிர்வளிப் பெருக்கம் ஊக்கம்
கல்லீரல் மண்ணீரல் நல்லன
கணந்தோறும் திசுக்கள் திறன் காண்க
உயிர் அணுக்கள் தேவைக்குப் பெருகுக
கருப்பை இனவிருத்தி செய்க
இரைப்பை பித்தப்பை
அவ்வவை பணியில் ஆக்கம் அடைக
குடல்கள் கொடை

மலசல செயலிகள் அரும்பணி புரிவன
இயக்கம் இடையின்றித் தொடர்க
கை கால்கள் விரல்கள் உரம் பெறுக
உடலின் ஒவ்வொரு பிணியும் தீர்க
இனிது மூப்பு இயல்பாய் நிகழ்க
மெய் முழுதும் மறுஆற்றல் எழுக
மூளைப் புதையலில் முழுத்தூண்டல் விளைக
பற்கள் உறுதியுறுக
பார்வை கூர்மையடைக
புதிதாக மனம் துலங்குக
அதில் அன்பும் கருணையும் மலர்க
உணர்ச்சியில் கலந்தூறிக் கற்பனை கனலுக
சொற்களுக்கு மந்திரப்பித்தேறுக
இனிது இனிது ஒவ்வொரு பிறப்பும்
குடும்பமும் ஊரும் உறவாய்க் குழுமும்
ஒவ்வொரு தேசமும் உடலாம் உணர்க
ஒவ்வொரு புலனும் மொழியே அறிக
கூடி முயங்கி ஓருடல் ஆகுக
மொழிகளின் மூச்சு உயிராய் இயங்குக
நமைச்சூழ் அடரிருள் அகல்க
வெளிச்சம் விரைந்து விரவுக
இனி மதியும் அமைதியும்
இறையாகி அருள்க.

(பாரதிக்குப் படையல்)

நானாக இருக்கும் இந்தத் தூசி

அழிவற்றதாய் ஒருபோதும்
கனவை ஊடுருவிச் செல்லவியலா இந்தப் பூமியில்
உங்களோடு அலைந்து கொண்டிருக்கும் இந்தத் தூசிக்கு
தன்னால் மட்டுமே உணர முடிந்த உலகம் ஒன்றுண்டு
தனிப்பட்ட அதன் உலகிலிருந்த
இன்றும் ஊற்றெடுத்து நிரம்பிக் கொண்டிருக்கும்
அந்த மூன்று கிணறுகள்
இப்போது எல்லாம் தூர்க்கப்பட்டும்
ரணமாறா எஞ்சிய நிலவடுக்கள்
இனி ஒருபோதும் பார்க்க வாய்ப்பற்ற மூடுண்ட கண்கள்
இளம் பெண்ணை நிகர்த்தும்
பல்லுரு பிம்பங்களைப் பிரதிபலிக்கத்
திராணியற்ற நீர்மப் பளிங்கங்கள்
இன்று கிணற்றின் அதுவாகிய வயிற்றின்
நிரம்பாத காலத்தின் இருளார்ந்த ஆழத்தில்
இன்னும் மறதிக்காட்படாத தூசியின் ஞாபகத்தில்
ஒரு திடுக்கிட்ட கீறல்
அந்தப் பச்சை ரணத்தில் ரத்தப் பீறிடல்
கழுவத் திரும்பப் பெறவியலாக்

கவலைமாடுகள் இறைத்துக் கொடுக்கும்
துளைக்குழிநீர் போதாதே
செங்குருதியோடும் கழனிக் கால்வாயில்
அதன் மீது மொய்த்து ஒத்திசைவோடும் நினைவு
இது தூசியின் பொருளற்றப் புலம்பல்தான்
இது தூசியின் ஒருபோதும்
புலப்படாதமாட்டாத அலைவுக் காட்சிதான்
இது தூசியின்
தூசியென்றுணர்ந்துவிட்ட நுண்ணறிவுதான்
இவை உள்ளவரை தூசியும் நிலைத்திருக்கும்
தூசியின் ஒரு கோடியில் புதைந்த கிணறுகள்
என்றும் கண்திறந்து மனம்நிரம்பி நிலம்பரவி
உலகென்று விரிந்திருக்கும்.

கைக்குட்டை

வெளியூர் கிளம்புகையில்
உடுத்திக்கொள்ள
நேர்த்தியான செவ்வாடையை எடுத்தபோது
ஒரு நைந்த வெண் கைக்குட்டை
என்னையும் கூட்டிப்போ என்பதுபோல
என் காலடியில் வீழ்ந்தது
பொருத்தமில்லை என்றயென் கணநேர நினைப்பை
பொருந்தாது கைவிடவும்
கருணை உடன் வந்தது
நான் அறிய முடியாத ஒன்றை
அது அறிந்திருக்கிறது அப்போதே
அதனால்தான்
இல்லையெனில் என்
எதிர்பாரா சிறு விபத்தின் காயக்கறையேற்று
சிகப்புக் கைத்துண்டாய் பொருந்த நிறம் மாறி
எப்படி என் கைப்பற்றிப் பிணைந்திருக்கும்.

குச்சிகள்

எம்மை உருவாக்க ரொம்பவும் மெனக்கெட்டு விட்டீர்கள்
ஒரு குச்சி போதலாம் ஒரே குச்சி
கைகளுக்குக் கால்களுக்கு
(விரல்களுக்கு ஆணுறுப்புக்கு அதிலேயே ஒடித்துக்
கொள்ளலாம்)
எல்லாவற்றுக்கும் சேர்த்தே என
கணக்கை முடித்துக்கொண்டீர்கள்
மூளையுள்ள தலை அதில் கண்கள்
நா நாசி செவியோடு
இதயமுள்ள மார்பு வயிற்று இரைப்பை
சித்தம் ரத்தம் கண்ணீர் மலசலம் என
உங்கள் நம்பிக்கையில் எப்போதும் எம் உயிரியங்க முடியாது
உங்களால் ஆக்க முடிந்த குச்சி ஜீவனுக்கு நீங்களே பிரம்மா
அம்மாமமதையில்
காலடியில் மண்டியிட செய்கிறீர்
பணிந்த முதுகில் ஏறி அமர்கிறீர்
சுமக்கும் பெருமையை மீறி வலுவற்று வீழும் உடலம்
மிதித்தழிக்கும் விளையாட்டுக்குத் தயாராகிறீர்கள்
குச்சி அதனியல்பில் எளிமை காக்கிறது
எளிய குச்சியின் அமைதியில் நிகழத் தொடங்கும்
ஒரு கூர்த்தீற்றல்
குச்சி விழித்துக் கொள்கிறது
குச்சி உற்றுப்பார்க்கிறது
குச்சி கவலையை உதறி எழுகிறது
குச்சி அடிமைச் சட்டையை அகற்றுகிறது
குச்சி விழிப்பைச் சிந்தனையாக்குகிறது
குச்சி ரௌத்திரம் கொள்கிறது
குச்சி கொலை செய்யவும் துணிகிறது.

பக்தர்

அவள்
சமையல் அறையில் சாமிப் படங்களை வைப்பதில்லையாம்
அதனெதிரே அசைவம் சமைப்பது
இறைவனின் புனிதத்திற்குக் களங்கமாம்
அவன்
படுக்கை அறையில் கடவுள் படங்களை மாட்டுவதில்லையாம்
தெய்வத்திற்கு எதிரில் தாம்பத்யம் தகாததாம்
காமத்தை அசைவமாய் ருசிக்கும்
அசைவத்தைக் காமமாய் புசிக்கும்
அவர்களுக்குத் தெரியாதா என்ன
ஆண்டவன் பார்க்கவேண்டியிருந்தால்
பூஜை அறையிலிருந்தேகூட
பார்க்கவேண்டியதைப் பார்க்கத்தான் செய்வார் என்று.

இயல்புலகு

இயற்கை இயற்கையென
பிதற்றிக்கொண்டிருக்கிறாயே
கல்லை உண்டால்
உன் குடல் செரிக்குமா என்கிறாய்
தெரியாது
ஆனால் வயிற்றினில் தங்காது
விபரீதம் ஏதும் பக்கவிளைவாக அளிக்காது
மறுநாள் காலைவரை செரிக்காது
மீந்திருந்தால் இயல்பாய் வெளியேறும்
வீண்தர்க்கம் ஏதும் இனிவேண்டாம்
சமதளத்தில் ஒரு மரமும் அருகில்லாது
நீ கட்டி எழுப்பும்
உன் வீடு
பூகம்பத்திற்கும் கூட அசையாதுதான்
ஆனால் அதோ அம்மலை
வீசும் இளங்காற்றுக்கு
அசையும் மரங்களின் பின்னணியில்
எவ்வளவு கம்பீர அழகுடன்
தானும் ஒத்திசைந்து
ஒரு பெருவிருட்சமாய்
அசைந்து நிற்கிறது காண்
காண்.

மிகச் சிறிய நகைச்சுவை

பள்ளி இடைவேளைக்கு முன்னே
அழைக்கும் தின்பண்டம்
வாங்க வாசலுக்கு விரைகிறார்கள் சிறார்கள்
அங்கே
எளிய காய்களிருக்கும் களா மா கோணக்காய்போல
எளிய கனிகளிருக்கும் நெல்லி இலந்தை நாவற்கனிபோன்று
எளிய இனிப்புமிருக்கும் பர்பி கமர்கட் தேன்மிட்டாயாக
எறும்பூர்ந்து ஈமொய்க்கும் கூடை கோணி விரிப்புக்கடையில்
முதலாளியம்மாவே தொழிலாளி
வியாபார லாபமில்லை இது வெறும் பசி விரட்டும் உத்தி
பேராசையில்லாப் பாட்டி
பேரப்பிள்ளைகளின் சிறுபகிர்வில் உயிர்த்திருக்கிறாள்
புதிதாய்த் தொழில் தொடங்க திட்டமிட்டு
களம்தேடும் ஒருவன்கண் கடை பட்டது
உள் நுழைந்தவன்
தலைமையை விலைபேசிக் கடை விரித்தான்
எல்லாம் சுத்தம்
தூசு இல்லை மாசு இல்லை கிருமியில்லை நோயில்லை
இனிப்பென்றாலும் கனிச்
சாறென்றாலும் நீரென்றாலும் மோரென்றாலும்
நொறுக்கென்றாலும் அடைக்கப்பட்டவை விரிக்கப் பெற்றன
பாதுகாப்பு வாக்குறுதி வாசகக்கவசங்கள் எங்குமாயினும்
நெகிழ நெகிழ நெகிழ
கிழிந்தன விழுந்தன பறந்தன குவிந்தன
இப்போது தலைமையாசான்
இறைவணக்க வேளைதொட்டுப் பள்ளிவிட்டுப் போகும்வரை
மாணாக்கர்களுக்கு
தாமே பொறுக்கிப்பொறுக்கிப் போதித்துக் கொண்டிருக்கிறார்.

கவிதை ஆவது

சொற்களில் சொற்சேர்க்கையில் அதுவாக்கும் கருத்தில் விரவிய அணியில் அலங்காரத்தில் ஓசை நயத்தில் சொற்களிடைவெளியில் அங்குக் கண்சிமிட்டும் மறைபொருளில் பொருள்மயக்கத்தில் தொனியில் வடிவத்தோற்றத்தில் கற்பனையில் சிந்தனையில் வாசகனில் அவன் கூர்ந்த வாசிப்பில் அவனும் கவிஞனும் ஒன்றும் ஏதோ ஒரு புள்ளியில் என்றெல்லாம் தன் மின்னல் முகங்காட்டி அகம் கவர்ந்தாலும் எங்கிருந்தோ ஒளியூற்றாய் உருதிரண்டு விழித்த பின்னும் நிலைத்து மகிழ்த்தும் கனவுபோல் இடைவெளியில் இருண்மைக் காட்டி நமக்குப் பிடித்துப்போகும் மாயம் நிகழ்த்தும் ஒரு கவிதை.

நினைவஞ்சல்

தபால்காரர் ஊரில் நுழைகிறார்
சைக்கிள் மணியொலிப்பில்
சார் போஸ்ட் என்ற அழைப்பிழைய
வீட்டு வாசலில் ஞாபகத்தின் புறா
நிகழைத் தொட்டு சிறகடிக்கிறது
கழனிக் காட்டிலிருந்தவாறு
கடிதத்தை வாங்க கைநீட்டியதும்
போன நூற்றாண்டின் கடிதத்தை
இந்த நூற்றாண்டின் கைகளில்
கொடுத்துவிட்டுக் கிளம்பிவிட்டார்.

வெளியே வீடு

வீட்டுள் இருக்கிறேன்
சன்னலில் வந்துபேசும் மைனா என் நண்பன்
நாள்தோறும் வருகைதரும் கரிச்சான் குரலில் கவலை தீர்க்கும்
காக்கையைச் சொல்லத் தேவையில்லை
வீட்டுக் காவலாள்போல
சுற்றிச்சுற்றிக் கரைந்து கொண்டிருக்கும்
சிட்டுக்குருவிக்கு நேரங்காலம் கிடையாது
கீச்சிட்டு கீச்சிட்டு என்னைக் கிளர்ச்சிக்குள்ளாக்கும்
கிளிகள் வானிலிருந்தே நலங்கேட்டுப் பறந்து மறையும்
தினமும் வந்து எனைப்போல்
தனிமையில் தலையாட்டி மௌனமாய் உரையாடும் ஓணான்
ஒன்றையும் காணாதின்று
தூரத்து மலையை ஏக்கத்துடன் பார்த்தவாறு காத்திருக்கிறேன்
மலையிலிந்து ஒரே தாவலில் வந்ததுபோல்
தீண்டிவிடும் நெருக்கத்தில்
திடுமென சன்னலில் வந்தமர்ந்தது
ஒரு குரங்கு
எதிர்பாரா இக்கணத்தில் இருவருக்கும் பதற்றம்
வேடிக்கையாக எனது இடப்புறமும் வலப்புறமும்
எட்டி எட்டிப் பார்க்கையில்
நான் அதைப் பார்க்கவில்லை
அதுதான் என்னை ஒரு காட்சியாய் பார்த்துக் கொண்டிருக்கிறது
என்பதாய் ஒருணர்வு
உடன் ஒரு பேருணர்வு
சன்னலில் முடியும் இவ்வீடு என் கூடு
மலைக்கப்பாலும் நீளும் வெளி முழுதும் அவைகளின் வீடு.

புனித நாற்காலி

காலியாக இருக்கிறது நாற்காலி
அதில் வேறொருவர் வந்து அமர்ந்து நாளாகிறது
அதன் வெறுமை சகிக்க ஒண்ணுவதில்லை
அவரே அதில் அமர்ந்து நிரம்பி
அதற்கும் அவருக்கும் சலித்துப்போயிற்று
ஒரு நாள் சொல்லாமல் கொள்ளாமல் காணாமல் போனது
கால்கள்தாம் கிளம்பிச் செல்ல காரணம்
எனக் கண்டறிந்து
இனி காலில்லா நாற்காலியே
கடவுளுக்கும் சிறந்ததென்ற ஞானம் பெற்று
வசமாய் அவர் அசையாது அமர்ந்து கொண்டார்
காணாமல் போய் விட்ட காலில்லா நாற்காலியில்.

வாகாஹ்

எல்லைக்குப் போனபோதுதான்
எனக்கும் தெரிந்தது
நாமும்
முள்வேலி கம்பிக்குள்தான் வாழ்ந்துகொண்டிருக்கிறோம்
உயரப் பறக்கும் கொடிகளுக்கிடையே
அதுபாட்டுக்குப் பறந்து விளையாடிக்கொண்டிருந்தது ஒரு புறா
பொற்கோயில் புறா அல்லது பாத்ஷாயி மசூதிப்புறா
அதன் சிறகுகளுக்குக் கீழான காற்றுகூட
பதற்றம்கொண்டுதான் வீசுகிறது
கொடிக்கம்பங்களுக்கு அடியில் கிளப்பிவிடப்படும்
கோஷம் ரோஷம்
எறும்புகளுக்கும் எலிகளுக்கும்கூட
இங்கு எல்லை உண்டுபோலும்
மீறினால்
மகரந்தத்தைக் கடத்துவதாக வண்ணத்துப்பூச்சியும்
வாசத்தைக் கடத்துவதாக மெல்லிய காற்றும்
பசுமையைக் கடத்துவதாகக் கிளிகளும்
வண்ணங்களைக் கடத்துவதாக வானவில்லும்கூட
இங்குச் சுட்டு வீழ்த்தப்படலாம்
விதிமுறைகளின் சடங்காக சிறிது நேரமே திறக்கப்படும்
வாயில்களினூடே ஒரு சிறுவனோ சிறுமியோ
நம் கற்பனையுள் மட்டுமே ஓடி நுழையலாம்
குடிகாரனும் தன் அற்ப சாகசத்தால்
தீவிரவாதியின் பிணமாகலாம்
இங்கு தேசப்பற்று உணர்ச்சி வேக உச்சம் பெறும்போது
அச்சமாக இருக்கிறது
வெளிச்சத்தைக் கடத்துவதாக சூரியனேகூட சுடப்படலாம்
அப்புறம் நிலவு பிஞ்சாக இருந்தாலென்ன
பிறையாக இருந்தால்தான் என்ன.

தப்பு விதை

தையில் தானாய் விளைந்த பூசணியை
வீடு வீடாகக் கொடுத்து மாளவில்லை அம்மாவுக்கு
முருங்கையோ வாழையோ ரெண்டு கேட்டுவருபவருக்கு
நான்காகவே கொடுப்பார்கள்
சாபம் பெற்றதுபோல் என் தோட்டம் சும்மா கிடக்கிறது
கேட்பவர்களுக்கெல்லாம் அள்ளி அள்ளி
தர வேண்டும் என்ற ஆசைக்கு மட்டும் அளவில்லை
இங்கிருந்து ஊற்றெடுக்கவில்லையே ஒரு வரியும்.

நாதஸ்வர ஓசையிலே

நாதஸ்வரத்துக்கும் அது வெளிப்படுத்தும் இசைக்கும்
ஏதோ ஓர் ஒத்திசைவு
நீண்டிருக்கும் அந்த வாத்தியத்திலிருந்து பெருகும் இசையில்
அக்கருவியே உருகி நாகமாக நீள்வதாக
காதுகளுக்குள் நுழையும் அது
பாம்பாகவே படமெடுத்து அசைகிறது
நேற்றிரவு அனுபவமோ இன்னும் வேறு
முற்றாக அரவமடங்கிய முன்னிரவில்
வீட்டுவெளி இருளில் வந்து திரள்கிறது
அருகிருக்கும் கிராமத்துத் திரட்டி விழா வீட்டு
முகமறியாக் கலைஞனின் தனி ஆவர்த்தனம்
ஒலிபெருக்கி வழிவந்த நாகஸ்வர விருந்து
ராகம் அறியா என்னுள் நிரம்பி வழிந்தோடுகிறது
திரளும் கண்ணீரோடு
மீள ஆகாயத்தை அண்ணாந்தேன்
அற்புதம்தான்
மொத்த நட்சத்திரக் கூட்டமும் அவ்விருளில் ஒருசேர
ஜொலிக்கின்றன
பெருகி வந்த ஒலிக்கயிறு அதனூடே ஒளிக்கயிறாய் மாறி
ஒவ்வொன்றாய் பிணைத்து வலையொன்று நெய்கிறது
அந்த இசை வலைக்குள் ஒட்டு மொத்த உலகும்
சில கணங்கள் வீழ்ந்து மீள்கிறது
தலைத்தாழ வடிந்த கண்ணீர் வெள்ளம் ஓய்கிறது
இசைநாகமும் சூழும் இருள்வளைக்குள் புகுந்து மறைகிறது.
(கவிஞர் ரவிசுப்பிரமணியத்துக்கு)

பச்சைக்கிளிகள்

கடுங்கோடை
அதனினும்
பத்தாண்டாய் நீர்க்காணா வறட்சியில்
வறண்டிருக்கும் ஏரி
அதன் கரையில் பட்டுப்போய்
மேலும் கறுத்து நிற்கும்
ஓலையரவமும் அற்ற மொட்டைப்பனை
அதோ அதன் உச்சியில் ஒரு காலம்
உயிர்ப்பிருந்ததன் ஞாபகமாய்
இரண்டு கிளிகள்
இப்போதும் பேசிக்கொண்டு.

சிங்க மராட்டியம்

கரும்பும் மாவும் பூத்திருந்தன
நம் வயல்வெளிகளில் போலவே
நெல்லுக்குப் பதிலாய் கோதுமையும்
சோளத்துக்குப் பதில் மக்காச்சோளமும்
கதிர் முற்றக் காத்திருக்கின்றன இந்நிலப்பரப்பில்
வேம்பு வேலன் ஆல் அரசன் புளி பூவரசனும்
கொடுக்காப்புளியுடன் வரிசையிட்டிருந்தன
நம் சாலையோரங்களில் போன்றே
தோப்பாக இல்லையெனினும்
தென்னைகளும் ஆங்காங்கே தலைக்காட்டுகின்றன
இங்குப் பனைகளைப் பார்ப்பதுதான் அரிதினும் அரிது
டிராக்டர்களைக் காட்டிலும்
வண்டிமாடுகள் இரண்டு மடங்கு
ஆனால்
இரண்டு காளைகளை ஒருசேரக் கட்டிவைக்கப் போதாத
தூசு நிரம்பிய நைந்த டெண்ட்டுகளில்
தம் எருதுகளோடும் எருமைகளோடும்
ஒருசேர வசித்த கரும்பு வெட்டுக் கூலிகள்
குடும்பம் குடும்பமாக உழைத்து நொந்தோர்
தம் சொந்த மண்ணில்
அந்நியப்பட்ட வேற்றுகிரக அகதிகள் போன்றோர்
இங்கு மட்டுமே பார்க்க கிடைத்தனர்.

நரகத்தார்

மூன்று நூற்றாண்டுகளுக்கு மேலாய் வாழ்ந்த
எங்கள் குடும்ப மூதாய் ஒருவர்
நேற்று அகால மரணமடைந்தார்
பிறந்ததும் இறந்த தன் தலைப்பிள்ளையின் அஸ்தியில்தான்
ஆயுள் முழுமைக்கும் பல் துலக்கி வந்தார்
அமாவாசை இருட்டில் மட்டுமே
ஏரி நீரில் குளிக்கும் வழக்கம் அவருக்கு
தாம் வளர்த்தப் பூனையின் கழிவைதான் முகப்பூச்சாக்கினார்
கூந்தலுக்கு சாரைப்பாம்பின் கொழுப்பு நெய் மட்டுமே
கவுச்சி ருசி தவிர வேறொன்றை அறியாத நாக்கால்தான்
கையை நக்கிச் சுத்தமாக்கிக்கொள்வார்
வெற்றிலைக்குப் பாக்காக ஆட்டுப்புழுக்கை
சுண்ணாம்புக்கு மாற்றாக எருக்கம்பால் துளிகள்
கொண்டவன் மாண்ட பின்னால்
அம்மணமாய் மட்டுமே தூங்கச் சென்ற அவர்
தாம் கூறி வந்தவாறே
முந்நூற்றி முப்பத்து மூன்றாம் ஆண்டில்
ஆனித்திங்கள் மூன்றாம் நாளில்
மூன்றாம் ஜாம அதிகாலையில் உயிர்நீத்தார்
ஈமச்சடங்கு முடித்த மூன்றாம் நாளில்
எம் குடும்பம் முழுமைக்கும் அவர் அஸ்தி சாம்பலே
இன்று காலை உணவு.

மழையாட்டு

மழை வந்து எச்சரிக்கும் இப்போதே கிளம்புகிறோம்
சாகசம்போல் பயணித்த சிறுதூரத்தில்
தூறல் வலுத்துவர நிற்கிறோம்
நின்றபின் விடாது தொடர்ந்து
மீண்டுமது இடியோடு வந்து மிரட்டியும் மிரளாது மீள்கிறோம்
மழை விளையாடுகிறது என விளங்கிக் கொண்ட பின்பு
நாங்களும் விளையாட விழைகிறோம்
பயணிப்பதுபோல் போக்குக் காட்டி பதுங்கிக் கொள்கிறோம்
அதுவும் விட்டதுபோல் வெளிச்சம் காட்டிப் பின் பொழிகிறது
குன்றேற வந்தவர்கள் மனம் குன்றும்வண்ணம்
ஓர் அதீதப் பேய்க் காற்று மின்னல் கீற்று
ஒருவன் மட்டும் அயராமல் விரைந்து
குன்றுச்சத்தில் ஆடை களைந்து
அங்கிருந்த பாறைமேல்
இடிக்கும் அஞ்சாது மல்லாக்கச் சரிந்துவிட்டான்
பின் தொடர்ந்து நாங்கள் உச்சி அடைவதற்குள்
நடந்ததென்னவென யூகிக்க இயலாதவாறு
அவனைச் சுற்றி ஓர் அடர்திரவக் கூந்தல் இறங்கிவிட்டிருந்தது
அத்திரை எங்களூடேயும் பரவியதாய்
வானிருந்து கொட்டிய நீர்த்தாரை
ஆனது எத்தனை காலம் அல்லது நேரம் என
கணிக்கவியலாது மயக்கமூட்டிய நீண்ட பொழுதிருந்து
ஒருவர் இருப்பை ஒருவர் அறியுமாறு மீண்டு வெளிவந்தோம்
பாறை மீது இருந்தவன் மட்டும்
பிறகெப்போதும் புலப்படவேயில்லை.

(சுகுமாருக்கு)

தந்திரன்

கதவைச் சாத்திக்கொள்
எனக் கூறும்போதே
பாதி நுழைந்து விட்டான்
கதவு சாத்தப்பட்டபோது
ஏற்கனவே
உள்ளே நுழைந்துவிட்டிருந்தான்
அப் பாவி.

இணையர்

நான் உங்களைக் கொன்றாலும்
நீங்கள் என்னைக் கொன்றாலும்
கொலை என்றாகிறது
என்னை நானோ
உங்களை நீங்களோ கொலை செய்துகொண்டால்
அது தற்கொலையாம்
கொலையும் தற்கொலையும் கணவன் மனைவிபோல
அப்படியெனில் கொலை ஆண்பால்
தற்கொலை பெண்பால் என யூகிக்கிறீர்கள்
கொலைக்குக் கொஞ்சம் வக்ரப் பார்வை
தற்கொலைக்கோ சித்தப்பிரமை
கொலைக்கு நண்பர்கள் ஏராளம்
தற்கொலைக்குத் தன்னைவிட்டால் வேறு நட்பில்லை
கொலை இரண்டடி பாய்ந்தால்
தற்கொலை நான்கடி பதுங்கும்
கிணறு வெட்ட அறிந்திருக்கும் கொலை
தற்கொலைக்கு நீச்சல்கூட கற்றுத்தரவில்லை
திட்டமிட்டு மலையேறிச் சிரமச் சிகரமடையும் கொலை
தற்கொலை கண் இமைக்கும் முன்பாக குதித்துவிடும்.

தோற்றம்

உச்சி வெயிலாக
மலையுச்சிப்பாறையில்
உலகளந்து நிற்கிறான் ஓர் இடையன்
அவன்கோல் அவனைவிட ஓங்கி
வானத்தை இடித்துக்கொண்டு
இதோ சூரியனும் மேகத்தில்
உருண்டோடிப் புதைந்துவிட்டான்
நாற்புறமும் கருக்கிட மழை இறங்கி வருகிறது
அண்ணாந்து காணும் ஒவ்வொரு கண்ணிலும் மழை விழ
இனி முழங்குக
ஆட்டிடையன் கைக்கோலே
இவ்வகிலத்தின் செங்கோல்.

செல்வம் தேய்க்கும் படை

கண்ணீர் துளிகளின் கேவல்
உங்களைச் சுற்றிலும் ஆங்காங்கு ஒலிக்கிறதே
உங்களுக்குக் கேட்பதில்லையா
நாணயப் பெறுமதி இன்மை
அவற்றின் பிழையல்லவே
தாம் வெளிப்பட்டு வீழ்வதாயினும்
ஒருவர் கண்ணுக்கும் அகப்படாது
புற்றுறை கறையானாய் ஊர்கின்றன
யார் தம் அன்பின் பொய்கையுள்
இவற்றை மடைதிருப்புகிறாரே
அவர் வாழ்வின் நிறைவை ஏற்கிறார்
நதியெனத் தேடி நடப்பவரோ
துயரினை வெல்லும் ஞானத்தைப் பெறுகிறார்
உலகின் கடைசித்துளி நீரும்
கடைசிச் சொட்டுக் கருணையும்
விடைபெற்ற பிறகும் வற்றாத ஒரு துளி
கண்ணீர்த் துளியாகவே இருக்கும்
இதன் பிரயோகத்துக்கு உள்ளம் உகுக்கும்
கடைசி ஒருவரே
கடவுளின் இருப்புக்கு மாற்றாகிறார்.

கண்கட்டு விந்தை

எங்கோ ஒரு மலையடிவாரத்தில்
துரிஞ்சி மரநிழலின் சிறு பாறை மீதுறைந்து நானும்
எதிரே என்னையே உற்றுப் பார்த்து
உயர்ந்து நிற்கும் ஒற்றைக் கல்குன்றமும்
தகிக்கும் பிற்பகல் வெயிலில் மூழ்கியிருக்கிறோம்
நானோ காலத்தால் பறிக்கப்பட்ட
யாரோ விட்டுப்போன தீர்ந்த மதுபுட்டி சிகரெட் பெட்டியுடன்
வெயிலைப்பருகி வெறுமையைப் புகைத்தவாறு
அமர்ந்திருக்கிறேன்
தூரத்துக் கானலில் குரலிசைத்தவாறு ஓர் ஆட்டுமந்தை
தலைப்பாகை கைத்தூக்குத் தொரட்டியுடன்
பின்னால் சங்க முல்லை நிலத்திருந்து
இப்போதே கிளம்பி வந்த இடையர்
குன்றுக்கும் எனக்குமிடையே வந்தமர்கிறார்
அவர் வாயின் பீடிக் கங்கு அனலைப் பெருக்க
ஊதும் புகையோ வெயிலில் திரள
ஓயாமல் புகைக்கிறார்
தனிமையுடன் அவர் தொடர்பேச்சு அதுபோலும்
பேச்சுப் பெருக புகையும் பெருகி
வானில் மேகமாய் திரண்டு வேகமாய் இருளும்
தருணத்தைக் கண்டுகொண்ட மேய்ப்பர்
கண்கட்டு வித்தகனாய் தலைப்பாகை உதறி எழ
கட்டளை ஏற்றதென மின்னலும் இடியுமாய் முழங்கும்
பின் மலைமீது மழையிறங்கி மாலை மூழ்க
மந்தையுடன் வந்தவரும் அதில் மறைய
பின்மலையும் நானும்கூட மெல்லமெல்ல
எங்கோ மறைந்து போய் இருந்தோம்.

கூதல்

மலைத்தளத்துக்குச் சிறுசுற்றுலா போனோம்
ஓர் இரவு மட்டும் தங்கிக் குளிரைக் கொண்டு திரும்புவதென
சூரியன் விழுந்ததும் முன்பனி எழுந்தது
குழாயைத் திறந்தால்
நீர்ப்பனி கொட்டியது
சன்னலை இறுக்கச் சாத்தினோம்
கதவையும் அடைத்து மூடினோம்
கம்பளிகளோடு தூங்கப்போனோம்
கதகதப்பையும் பகிர்ந்து கொண்டோம்
விடியற்காலை விழிப்பில் குளிர்
வாட்டி வதைத்தது
எங்கிருந்து எப்படி வருகிறது இக்குளிர்
நடுங்கியவாறு நீ கேட்டாய்
பதில்கூறுவதுபோல
ஒரு பறவை எங்கிருந்தோ குரலெழுப்பியது
ஆமாம் அங்கிருந்து வருகிறது குளிர்
பறவையின் குரல் நுழைந்து வருவதுபோல்–
நான் ஆமோதித்தேன்.

சாதாரண விஷயம்

காலை விழித்ததும் சன்னலில் தன்னைக் காட்டிக்கொண்ட
சோளப்பயிர்களைக் கண்டதும்
அவை இன்று அதிகப் பச்சைநிறத்தில் தெரிகிறது என
சாதாரணமாக நினைத்தேன்
இது ஒரு சாதாரண விஷயம்தான்
ஆனால் ஏனவை பச்சைநிறத்தில் தெரிகிறது என
சிந்தித்தப்போது
நான் சாதாரண விஷயத்திலிருந்து அசாதாரண விஷயத்துக்கு
மாறிவிட்டேன் எனப் புரிந்துகொண்டேன்
எங்கோ வீசிக்கொண்டுபோய் அதுவே எதிர்பாராமல்
இந்தப்பக்கமாகத் திரும்பி வீசி வந்த காற்று
அசைவற்று அமைதி காத்திருந்த பச்சைப்பயிர்களை
உற்சாகத்தில் நடனம் புரியவைத்தும்
அவை தத்தமக்குள்
சலசல சங்கீதத்தை முணுமுணுக்கச் செய்தும்
குளிர்காலையைப் பச்சிலையாய்க் கண்ணுள் பிழிந்தும்
புதிதாய் மலர்ந்த கதிரின் கொங்கு
மணந்து நாசி நிறைப்பதும்கூட நிகழ்ந்தது
நான் தொடர்ந்து இருக்கிறேன்
கண்டு கேட்டு உண்டு உயிர்த்து
உற்றறியச் செய்த ஒண்தொடிகளுள் கலந்தவாறு
தொடர்ந்து சிந்திக்கிறேன்
சாதாரணமாக இருந்து கொண்டு
அசாதாரணத்தை அனுபவித்துக்கொண்டு.

விரிச்சி

மணமாகி ஈராண்டைக் கடந்தவள்
புறக்கடையில் அமர்ந்து
கணவனுடையதோடு தன்னுடையதைச் சேர்த்துத்
துவைத்துக்கொண்டிருக்கிறாள்
குழந்தையின் ஆடையைத் துவைக்க
கண் திறக்காத காலத்தைச் சபித்துக்கொண்டு
வெளியே தெருவில் பேசிக் கடக்கும் குரல்கள்
கொண்டவளைப் பழிபோட்டுக் கழித்துவிட்டு
மறுமணத் திட்டமிடும் ஒருவனைக் குறித்தவாறு
துவைத்தும் அழுக்கு அகலாத துணிகளைத்
திகிலோடு மீண்டும் துவைக்கத் தொடங்குகிறாள்
ஆண்டு கழிந்து குரல்கள் திரும்புகின்றன
ஆண்மையற்ற அவன் வீட்டில்
இப்போது ஆண் மகவு அழுகிறதாம்
எவனோ செய்த சூழ்ச்சியை
எவளோ வீழ்த்திய வீழ்ச்சியாய்
ஊருக்கே உரைத்த அப்பேச்சு
இவள் காதடைய
இப்போதே துவைத்து முடித்த
கந்தலாகாத் துணிகளைக் காயப்போட
முற்றத்துக்குக் கிளம்புகிறாள்.

எவன்

தூங்கி விழிக்குமுன்னே பாயைச் சுருட்டிச்சென்றவன்
எவன்
குளித்து முடிக்கும் முன்னே நீரைக் கொட்டி கவிழ்த்தவன்
எவன்
வணங்கி முடியுமுன்னே திரையை இழுத்து மறைத்தவன்
எவன்
உண்டு முடிக்கும் முன்பே தட்டைத் தட்டிவிட்டவன்
எவன்
பயணம் முடியுமுன்னே வழியை மறித்து நின்றவன்
எவன்
உச்சியடையுமுன்னே இம்மலையைத் தகர்க்க முடிந்தவனோ
அவன்.

நுண்ணுயிர் அவலம்

உள்ளே படுக்கையில் கிடக்க வேண்டியிருந்த நான்
வெளியே நிலவிய அவலக் குரல்களை
அவலச்செய்தியாய்க் கேட்டு
கெட்டக் கனவுகளின் வழியே பயணித்து
விடியலில் அவர்களைக் கடக்கும் தேவை வந்தது
தூக்கக் கலக்க பலவீனத்தில் இருந்தவர்களிடம்
ஏதும் நேற்றிரவில் அசம்பாவிதமா என்றேன்
அவர்கள் புத்துணர்ச்சிப் பெற்றவர்களாய் நிமிர்ந்து
ஓராண்டு ஈராண்டு மூவாண்டுக்கொண்டிருந்த
அவல நிகழ்வைக் கடந்துகொண்டிருக்கும்
உங்களுக்கு வாழ்த்துகள் என்றனர்.

கலை உணரும் கலை

தந்தத்துடன் கூடிய யானையின் துதிக்கைப்போன்று
வடிவமைக்கப்பட்டிருந்தது
இணைப்புக் குளியலறைக் கதவின் கைப்பிடி
வடிவமைப்புக் கலைஞனின் சிருஷ்டியில் உருவான
பிரமிக்கச் செய்யும் உவமைப் பொருத்தத்தின்
இக்கலைத் தொழில்நுட்பம்
காணாத கண்களுக்குத் தேடாத தேடலில்
தானாய்க் கிடைத்ததுவாய்
இதுவரை ஒருவரும் அறியாதிருந்து
என்னால் உணரப்பட்ட இக்கணத்தில்
பார்வைப் பெற்ற கண்ணெதிரே
தோற்றமுறும் முழுயானை
இது நாளாய் வேறொரு அர்த்தத்தில்
ஒருவருக்கும் புலப்படாமல் உறைந்திருந்த
அதன் துதிக்கை
அறைக்கதவின் புதர்மறைவிலிருந்து
நான் மட்டும் உணர்வதாக
அசைந்து வெளிப்பட்டுக்கொண்டிருக்கிறது.

குழந்தைத்தனம்

ரயில்வே கேட்டில் காத்திருக்கும் நேரத்தில்
முதன்முறையாக ரயிலைப் பார்க்க நேர்ந்த குழந்தை
அதைத் தன் நடைவண்டியோடு ஒப்புமைத்து விளையாடுகிறது
பாவம் ரயில் அத்தனை சக்கரங்களையும்
மூன்றாக ஆக்கிக்கொள்ள
தன் இருப்பு ஆகிருதியை மரமாக மாற்றிக் கொள்ள
பெரும்பாடுபட்டுவிட்டது
அப்பொழுதும் குழந்தை சிரிக்கிறது
தண்டவாளத்தை விட்டுவிட்டு ரயில்
வீட்டு வாசலுக்கு வர முடியாமல் தவிப்பதைப் பார்த்து.

கொய்த மரத்துக் கொய்யாக் கனி

என் பால்யத்தில் ஒரு கொய்யா மரம்
நிறைய கிளைகளோடு நிறைய கனிகளோடு
ஏற ஏற குறைந்ததில்லை கிளைகள்
பறிக்கப் பறிக்கத் தீர்ந்ததில்லை கனிகள்
இன்னும் ஏறிக் கொண்டேயிருக்கிறேன்
இன்னும் பறித்துக் கொண்டேயிருக்கிறேன்
மேலே அவ்வளவு பச்சை உள்ளே அவ்வளவு சிவப்பு
மேலே எவ்வளவு துவர்ப்போ உள்ளே அத்தனை இனிப்பு
அங்குதான்
என்னோடு சுற்றியலைந்து கொண்டிருந்த சகச் சிறுமியிடம்
நான் அன்பென்றறியாத அன்பை வெளிப்படுத்தியிருந்தேன்
அன்பு வேறு ஆசை வேறு போலிருக்கிறது
பொருளறிந்த அச்சமோ அவள் அதை மறுதலித்திருந்தாள்
இத்தனைக்கும் ரகசியத்தில்
என்னுடையதை அவளுக்குக் காட்டவோ
அவளுடையதை நான் பார்க்க
விரும்பவோகூட முனைந்ததில்லை
அதற்குப் பிறகும் பலகாலம் நிலைத்திருந்து
எப்போதே அந்த மரம் அங்கிருந்து காணாமல் போய்
இப்போது தீவிரமாய் இங்கு வந்து நிலைத்திருக்கிறது
அட... நினைவடுக்கில் அவள் மறுதலித்ததுதான்
எத்தனை பச்சை
ஆனாலும் அதன் உள்ளடுக்கில் அதுதான் எத்தனை சிவப்பு.

கைப் பற்றி

இத்தனிச்சொல்
எல்லா நேரத்திலும் களிப்பூட்டும் பொருளை மட்டுமே
தருவதில்லை
அது விபரீதத்திற்காகக் காத்துக் கிடந்ததுபோலும்
விபத்தில் தந்தை கண்ணெதிரிலேயே
மரணம் அடைந்த சிறுமியின் உடலைக் காவல்துறையினர்
 கைப்பற்றி
பரிசோதனைக்கு அனுப்பி வைக்கும் தருணத்திற்காக.

நீங்குகை

உயிரற்ற பொருள்களிடம் கருணைகொண்ட கடவுள்
உயிர்ப்பைத் தந்து விரும்பும் வரத்தையும் தருவதாய்
அவ்வவற்றின் விருப்பத்தைக் கேட்டார்
மொத்தக் குரலும்
தம் ஆதியிடம் செல்வதையே அழுத்தமாய் சொல்லின
ஆகட்டும் என ஆண்டவன் அருள
அடுத்த கணம்
மனிதன் அகழ்ந்தெடுத்த உலோகங்கள் அனைத்தும்
பூமியின் ஆழத்துக்குள் சென்று புதைந்தன
வெட்டப்பட்ட கிரைனைட்
உடைக்கப்பட்ட ஜல்லிகள் மலைகளைச் சென்று சேர்ந்தன
அள்ளப்பட்ட எல்லா மணலும் ஆறுகளுக்குத் திரும்பின
மரப்பொருள் மொத்தமும் அடர்வனம் அடைந்தன
ஆடை முதலான துணிமணியெல்லாம்
அவ்வவ ஆரம்பத்துக்கு அணிவகுத்தன
நூலக ஏடுகள் கானகம் புகுந்தன
சிறு நவதான்யங்கள் வயல்வெளி திரும்பி புதைந்தன
நிலக்கரி பெட்ரோல் தாதுக்கள் அனைத்தும்

பூமியுள் புகுந்து பூர்விகம் திரும்பின
மெய்யணிகலன்கள்
மதிப்புக்கூட்டி லாக்கரில் பூட்டிய
உலோக மணிகள் சுரங்கங்களை நிரப்பின
முந்நீரனைத்தும் வானத்துக்கேகின
வறண்டு முழு நிறைவடைந்து
தீக்குழம்பாய் கனன்ற பூமியுருண்டை
சூரியக் குடும்பத்துடன்
பால்வீதி வழியே பல மண்டலங்களோடு
புறப்பட்டுச்சென்று பாழில் கரைந்தது
ஆங்கே பேரமைதிச் சூழ்ந்தது
பின்னும்
சூன்யப் பாழிருள் பெருவெளியிருந்து
படைப்பவன் நகைப்பொலி மெல்ல எழுந்தது.

என்னென்ன

விதையொன்று முளைவிட்டு
தலைநீட்டும் நோக்கம்தான் என்ன
உலகுக்குத் தன் உயிர்ப்பை எடுத்துக்காட்டத்தானா
துளிர்ப்பெருகி கிளைப்பரப்பி வானேகும் நோக்கமுமென்ன
காற்றோடு வெயிலையும் வாழ்வதற்காய் சேர்த்துப்பருகத்தானா
மொட்டு மொக்கவிழ்ந்து மணம் பரப்பும் மர்மமே என்ன
கண்கள் மகிழ ஈக்களுக்கு உணவாகத் தேனை வார்க்கத்தானா
காயாகி ருசியேறி கனியாகும் காரணம்தான் என்ன
பல்லுயிரின் பலகாலம் தீராத பசியைப் போக்கத்தானா
கனி பிளந்து விதையுதிர்ந்து வீணாகும் வினைதான் என்ன
மண் புதைந்து சந்ததியை இம்மண்ணில்
மீண்டும் மீண்டும் ஆக்கத்தானா என்ன.

நண்பு

இன்றைய பிறந்தநாளில் சந்திப்பதாய்
நேற்று மாலை விடைபெற்றிருந்தோம்
இரவு ஒரு கனவு கண்டோம்
நாளை விடியலில் இறந்திருப்பதாக
இருந்தும் கவலை அற்றிரு நண்பா
நேற்று முன்தினம்வரை
நாம் வாழ்ந்திருந்ததேபோல்
நாளை மறுநாளில் பிறந்தும் இருக்கலாம்.

அஹம்

நான் நான் என்கிறேன்
நீயும் அதே
நான் நான் நான் தான் என்கிறாய்
அதனால் இடையில்
எவ்வளவு கிடுகிடு பள்ளம்
எத்தனை காத தூரம்
அனல் கனலும் பாலை
சொற்கள் நம் கைக்கடக்கமான விளையாட்டுப் பொம்மைகள்
உள்ளே என்னவென்று தெரியாத பரிசுப் பொட்டலங்கள்
பராமரிப்பு இல்லாத செல்லப்பிராணிகள்
வழிகாட்டியில்லாத கிளைப் பாதைகளின் சந்திப்பு
ஒரே வீட்டுக்குள் இருக்கிறோம்
ஒரே உணவுண்டு நீர்ப் பருகுகிறோம்
எதிரும் புதிருமாக நடமாடி நம் இருப்பை உறுதி செய்கிறோம்
ஒரே அறையிலும்கூடப் புழங்குகிறோம்
ஆனால் எங்கிருக்கிறோம் என அறிய முடியாதவாறு
புலப்படாதுவிருக்கிறோம்
ஓம் ஓம் ஓம்
போம் போம் போம்
நாம் நாம் நாம்.

மனப்பறவையே

தோகை விரித்தாடு
சன்னலில் வந்து பேசு
வாகனக் கண்ணாடிக் கொத்து
அந்தி வானத்தில் பற
அழகாய் கூட்டைப் புனை
மர உச்சியில் முட்டையிடு
அடைகாத்து அமர்ந்திரு
அம்பாய் நீருள் பாய்
நீரை உதறி வானில் ஏகு
விரித்த வலையில் வீழ்
வேட்டையனை அறி
மலரில் தேன் உறிஞ்சு
தானியம் கொத்து
கனி தேடிக் கொய்
புழு பூச்சியை நாடு
எலியைப் புசி
பாம்பை விழுங்கு
ஊனைப் பிய்த்து உண்
எலும்பை உடைத்து விழுங்கு
சக பறவையை உட்கொள்
நடந்து செல்
ஓடிக் கட
புதர்களில் தத்தித்திரி
மரங்களுக்கிடையே தவ்வு
தண்ணீருள் மூழ்கு

விர்ரென்று விரை
அமைதியில் மித
வானில் வட்டமிடு
அங்கும் வேட்டையாடு
தனித்துத் திரி
கூட்டமாய் அணிவகு
ஒரே கிளையில் வசி
கண்டம் விட்டு கண்டம் செல்
எல்லாம் நிகழ்த்தி
எனக்குள் வாழும் பறவையே
நடக்கும்போது இரண்டுதாம்
ஏகிப் பறக்கும்போதோ
பலநூறு கால்கள் உனக்கு
அமர்ந்திருந்தால் ஒரு சிறகுமில்லை
பறக்கத் தொடங்கினால் பல்லாயிரம்
தரையில் அமர்ந்தவரை
ஆயிரம் பேச்சு
பறக்கத் தொடங்கினால் ஒரே பாடல்
பார்க்க உட்கார்ந்திருப்பினும்
நினைப்பில் எப்போதும் பறந்துகொண்டிருக்கிறாய்
இறகுகளின் செறிவல்ல
சிறகுகளின் விரிவே பறத்தல்
உள்ளே உரிய மூச்சிருந்தால்போதும்
வெளியே எத்தனை புயலையும் சமாளிக்கலாம்
பறந்துகொண்டே இரு.

படிமக் கவிதை

நெகிழியே
நள்ளிரவு நிசப்தத்தில்
வீசிய சிறு காற்றுக்கு
தார்ச்சாலையில் ஒலியெழுப்பி
உருண்டு வந்த குவளையே
கவிஞரின் அக்காலத்திலிருந்து
கவிதையின் இக்காலத்துக்குள்
புரண்டு வந்த படிமமே
யாரடித்ததாலே
அரவமற்ற சாலையில்
ஆதரிக்க ஆளின்றி
அரற்றி வந்தாய் குழந்தையே
உலகம் வெறுத்தொதுக்கும்
உனக்கபயம் அளிக்க
குப்பையாகத் தொட்டியாக நிற்பேன்
தயங்காது என் மடிக்குத்
தாவி வா என் செல்லமே.

(நன்றி: தேவதச்சன்)

உழை

என் தாத்தா
முழு நேர விவசாயி
அப்பா பகுதி நேர விவசாயி
நானும் என் இளமையில் அரைகுறை விவசாயிதான்
என் மகன்களுக்கோ ஒரு மடைமாற்றவும் தெரியாது
இன்று உழவின் சுவாசம் முனகிக் கொண்டிருக்கிறது
பூனையை அஞ்சி சுண்டெலிகள்
ஆகாரம் தேடி பீக்காடுகளில் அலைகின்றன
மாமழைப் போற்றிய மண்ணில்
கிணறுகளை வற்றக் குடித்தும்
தாகம் தீரா ஆழ்துளை கிணறுகள்
உழவாளி கடனாளி யாகிவிட்ட ஏமாளி
கனவுகளில் கூலிப்படைகளின் ஜப்திப் படையெடுப்பு
தவிடுபொடியான தவிடும் பிண்ணாக்கும்
பணத்தைக் கரக்கும் தீவன மூட்டைகள்
தரகனது இருசக்கர வாகனப் பின்புறத்தில்
கசாப்புக்கடையன் மடியினில் பால்குடிக் கன்றுகள்
குட்டிச்சுவராய் மாட்டுக் கொட்டகை
தூர்ந்துபோன எருக்குழிகள்
உயிரை உறிஞ்சும் உரப்பூச்சிக்கொல்லிகள்
மலடாக்கப்பட்ட வயல்வெளிகளில்
அடுக்கப்பட்ட வீட்டுமனை வரைபடங்கள்
உழை உழை உழையென உழைத்தும்கூட
வாழ்வு உழைக்குள் சிக்கியிருக்கிறது
எருமையை இழந்து எருதை இழந்து
எருவை இழந்து ஏரையும் இழந்து
இன்று விவசாயிகள் நிம்மதியாக இருக்கிறார்கள்
நூறுநாள் வேலை கிடைத்து
ரேசன் அரிசியை வேளாவேளைக்குப் பொங்கித் தின்று.

ஜாக்கிரதை

முதலில் அது
வெள்ளியன்று சாமிக்குச் சூட்ட வாங்கி வந்த கதம்பத்தில்
மரிக்கொழுந்து வேஷமிட்டு நுழைந்திருந்தது
அதனால் சாமிக்கும் வாட்டமில்லை
எங்களுக்கும் நட்டமில்லை
பின்பு பொரியலுக்கு வாங்கிய சிறுகீரைக்கட்டுள் கலந்திருந்தது
பார்த்துப் பார்த்து ஆயும்
மனைவி கையில் சிக்கிக்கொண்டு குப்பைக்குப் போனது
பொரியலும் பிழைத்தது
இம்முறை கொத்துமல்லிக் கட்டுக்குள்
கண்டே பிடிக்காதவாறு முழு உருப்பொருத்தத்தில்
சமையலறை சட்னிக்குத் தயாராயிருக்கிறது
அரைக்கப் போவதும் பார்வை குறைவான அம்மாதான்
மூலிகையாய் மருந்தாய் சித்தர் வழிவழியாய் தமிழர் வீட்டில்
நிலைத்திருந்த தாவரம்போல
வேஷமிட்டு ஒரு போலி நுழைந்திருக்கிறது
அகத்துள் புகுமுன் பார்த்தினியம் ஜாக்கிரதை.

மஞ்சள்பூ

இடையே கொடிபோல ஓர் எண்ணம்
ஆழ் தியானத்திசையில் சிறு வெளிச்சம்
கொஞ்சம் கவனச் சிதறல்
பார்க்கக் கூடாததெல்லாம் காட்சிப்படும்போது
நயத்துடன் எப்படி நடந்து கொள்ள
பாதையல்லாத ஒரு மலைப்பாதை
ஏற்றம் முழுக்க இளமைக்காலப் புதிர்வுகள்
எப்படி முதுமையைக் கடந்து முடிக்க
தீட்டிய குருட்டுப்பூனை நக்கும் வாசனைப் பூ
அதன் மஞ்சளில் ஒரு மனமயக்கம் நடை தயக்கம்
இரவு வருமுன்னே வாசனைப் பகர்ந்து
அங்கிருந்து தாவும் கண்சிவந்த கரும்பூ னை
குதித்த அதிர்வில் பெரும் நடுக்கம்
பின் பள்ளத்தாக்கில் பேரமைதி.

பிடிப்பு

அனைத்திலும் எதையாவது புதிதாக்க வேண்டும் என
மாறுதல்களை நிகழ்த்தி
குதூகலமாகிறது நம் அன்றாடம்
   உண்மை
இதுவே அன்றாடத்தின் லட்சணம்போல
   ஆமாம் ஆமாம்
ஆயின் நம் மனம் எண்ணமாயோ நினைவாகவோ
உருகுலைந்த பழமையில் ஒரு கணம் லயிக்கின்றது
   ஏனாம்
புதுமையோ கிளைகளைப்போல துளிர்த்து வளர்ந்து மலர்ந்து
வானத்தை நிரப்ப முயல்கிறது
   சரிதான்
அடிமரம் மண்ணோடு மண்போல மாறியும்
மாறாமல் நிற்கிறது பழமை
புதுமையை அதன் தோளில் மலர்த்தியவாறு
   பேருண்மை.

உறை காலம்

கரிச்சான் அடங்கிக் கோழிகள் கூவுகின்றன
கனவிலிருந்து மீண்டு மீந்ததை மெல்லும்
இருட்டு எருமைகள்
தண்ணீர் சேந்தி சாணம் தெளிக்கும் ஓசைகள்
விடியலை விடியலால் இசைக்கின்றன பறவைகள்
போர்வை உதறா அம்மையர்
போர் உதற களத்துக்கு வம்பளந்து கிளம்புகிறார்கள்
வைக்கோல் பரப்பி
கோணிப்படுதா கட்டிய திண்ணைப் படுகை
பக்கத்தில் சயனித்திருந்த தாத்தா
பீடி கொளுத்திக் கறவைக்குக் கிளம்புகிறார்
இடைவெளியில் உள்நுழைந்த பனி நங்கை
எனையணைக்க நடுக்குகிறது
சாவிகொடுத்து ஐம்பதாண்டுகளான சுவர்க்கடிகாரம்
நடையில் ஐந்துமணி அடிக்கிறது
பாவம் இவளாலும் எழுந்திருக்க ஆகாது
ஏசியை அணைக்க வேண்டும்
சன்னலைத் திறக்க வேண்டும்.

ஒரு மரம்

எதையோ யோசித்துக்கொண்டிருந்தவன்
எதிர்பாராது எனது கரத்தில் ஒரு மரத்தைப் பார்த்தேன்
இலைகளற்று விரல்களாய் கிளைத்த ஒரு வெற்று மரம்
கரம் மரமானதைக் கண்டதாலோ என்னவோ
என் முழு உடலும் ஒரு மரம் போலாகிவிட்டது
அமர்ந்திருக்கும் ஒரு மரம்
கரம் பற்றிய புத்தகமும் ஒரு மரமாக
காட்சி விரிகிறது
உட்கார்ந்துள்ள இந்த வீடும்
அறைகளாய் கிளைந்த ஒரு மரமாக
அப்படியெனில் நான் அதன் கிளையில் அமர்ந்திருக்கிறேன்
இருபுறமும் வரிசையிட்ட வீட்டுக் கிளைகளால்
இந்தத் தெருவும் ஒரு மரமேதான்
தெருக்களாய் கிளைபரப்பிய ஒவ்வொரு ஊரும் ஒரு மரம்
இந்தச் சிந்தனையின் உச்சத்தைத் தொடும்போது
ஊர்களாலான மரம்
நகரங்களாலான மரம்
நாடுகளாலான மரம் என விரிந்த
இந்தப் பூவுலகும்
இப்பிரபஞ்சப் பெருங்காட்டில்
தனித்து வலம்வரும் உயிரோட்டம் நிரம்பிய மாபெரும்
மரமேதான்.

விஷயம்

நல்ல பாம்புக்கு அமாவாசைமீது எந்தப் பகையும் இல்லை
உழச் சென்ற விடியலில் தீண்டிவிட்டது
அவ்விஷப் பூச்சிமீது அவருக்கும் பகையில்லையென்றாலும்
பரிசாக ஏற்க முடியுமா மரணத்தை
கிருஷ்ணகிரிவரை போய் காப்பாற்றிக்கொண்டுவிட்டார்
ஏரிக்கரை அம்மாவுக்கும் வேண்டுதல் நிறைவேற்றி ஆயிற்று
உழுவதை நிறுத்திவிட்டு
உயிர்பிழைத்து இருக்கத் தெரியாத அவருக்கு
நாளை நிலத்துக்குக் கிளம்பிப்போனால்
எதிர்ப்படும் நாகத்திடம்
இதற்கான நியாயத்தைக் கேட்கத்தோன்றுகிறது.

இடைக்குறை நிறை முல்லை

கடினப்பாறையைப் பளிங்காய் இழைத்து
உன் பன்முக வடிவைப் பார்வைப் பருக
காலந்தோறும் கொத்தித் தந்தனர் சிற்பியர்
தட்டைத் திரையில் கனவுப் புடைப்பின்
குழையா அழகை வண்ணமிழைத்து
ஒளிரச் செய்து வாரி வழங்கினர் சைத்ரிகர்
காவியப் படைப்பின் கலைவளம் பெருக
காலந்தோறும் உன் கவின்மிகு வடிவை
சொற்களில் வடித்தனர் புலவோர்
நாவில் அமர்ந்து அமிழ்தம் பொழிந்து
என் யாக்கையாக்கிய தாய்மைக்குன்றமே
உள்ளம் ததும்ப
உனை முழுமையாய் விளம்ப
பதமாய் ஒரு பதம் இலையே
என்ன கவி நான்...
தையற்கோயில் மென்தசைக் கலசமே.

டேரிப் பூச் சிரிப்பு

பனிப்பொலிவு விடைபெற்ற பருவத்தில்
எருக்கனில் கருவண்டும்
உண்ணியில் தேன்பூச்சியும் உண்டித் தேடும்
ஏரிக்கரைப் பனையின் மடலிலிருந்து
இரண்டு காகங்கள் அருகருகே அமர்ந்து
நீலவான் பின்னணியில் ஆழ்ந்து காதலிக்கின்றன
அணில்களோடு மைனாக்கள் அடங்கிய
பறவைகளின் உல்லாசக் கீச்சாட்ட
இடைவிடாத சிம்பொனியில்
கோடை தொடங்கி மூப்படைந்த மார்ச்சில்
மதிய நேரக் காற்றுச் சற்று உஷ்ணத்தில் மூச்சுவிட
ஏரி நீர் தணிக்கச் சமன் செய்து அங்கே இடையிடையில்
அதனோடு குளிர்காற்றில் உரையாடுகிறது
இரவெல்லாம் கடந்த பல்லாண்டுகளில் மூழ்கி
விழித்தும் ஓயாத அவள் சுழலில் திணறி
விடுபட வந்த தனியனெனில் சாகும்வரை
சிரித்தால் டேரிப் பூ மலர்ச்சிக் காட்டும்
நினைவில் இங்கு மகிழக் கிடக்கலாம்
தவிர்க்கத் துணிந்தால்
தவழ்ந்து செல்லும் சிற்றலையில் ஏறி
பெருமலையின் உயர்தனிமை உச்சியடையலாம்
வேண்டாமோவெனில்
துணை நிற்கும் மரவரிசைக்கிடையில் துயர் புதைத்து
மெனக்கெடல் ஏதுமின்றி கொஞ்சம் சும்மா இருக்கலாம்.

ஸ்ரீநேசன்

பல்கன்றீன்ற கரும்பெரு நாகு

எருமையின் கனைப்பொலி என்னை எழுப்பியது
அரைத் தூக்க பிற்பகல் அமைதியின் ஆழத்திலிருந்து
குழந்தைமைத் தொட்டுக் குருதியில் கலந்திருந்த
குரலைக் கேட்டு விழித்தேன்
பருகிய பாலின் ஊறல் விளைவில்
உணர்வில் படர்ந்த உயிர்க்கொடி அசைவு அது
கொட்டாய் நிறைந்த எருமைகளுக்கெல்லாம்
பல கன்றீன்ற பெரிய எருமையே தாய்மை
அதன் காரிருள் வடிவும் மென்னடை நகர்வும்
தாத்தாவுக்கும் பாட்டிக்கும் ஒத்திசைவானது
பள்ளி விட்டு மாலையில் வந்து
மேய்ப்பதற்கு அவிழ்த்துப் பிடித்தால்
வளைய நெளிய அசைந்தவாறு
கோமியத்தடத்தை வழியெல்லாம் வரையும்
கரும்பாறையில் அமர்ந்த குரங்கு போன்று
அதன் உயரிய முதுகில் ஏறிக்கொண்டு
நீரோடும் கால்வாயில் இருட்டும்வரை மேய்த்தால்
தோல்சால்போல வயிறு புடைக்கும்
மடியின் கீழ் அமர்ந்தால் பெருஞ்சொம்பு நிறைக்கும்
காதுள் நுழைந்து உண்ணியைக் கொத்த

தலைத்தந்தத்தில் அமர்ந்த குருவியைக்
கண்ணாடி குண்டு கண்களைச் சுற்றிக்
காவலாய் மொய்க்கும் ஈக்களை
உறவாய்க் கொண்ட எருமைகள்
துதிக்கையில்லா யானைகள்
யாரோ ஓட்டிச் சென்றதுபோல்
ஊரில் ஒன்றும் இல்லாமல்
என்றோ எங்கோ மறைந்தனவே
இன்றைய உறக்கத்தில் அவற்றில் ஒன்று
திரும்பி வந்ததாய் என்னை நெருங்கி
கனைத்து எழுப்பியது எங்ஙனம்
ஒருவேளை
ஏதோ ஒரு தெருச் சந்தில்
தம் பிள்ளையைத் திட்டிய தகப்பனின் வசையில்
வார்த்தையாய் வெளிப்பட்ட
'எருமை மாடு'தான்
அந்தக் கரும்பெரு நாகுவாய்
என் காதருகே வந்து கனைத்திருக்குமோ.

கவித்தல விருட்சம்

இரண்டாவது மாடி மதுக்கூடம்
கனவுலகவாசிகளின் புனைவுலகவாசிகளின் புகலிடம்
வெளியிலிருந்தவாறு இங்கு நிகழும் விநோதங்களை
சன்னல்வரை நீட்டிய தன் கிளைகளால்
தினம் தினம் கவனித்து நிற்கிறது ஒரு மரம்
ஒவ்வொரு அனுபவத்தையும் தனதாக்கிக் கொள்கிறது
சன்னல் மேசையில் கவிஞர் இருவர் வந்து அமர்கிறார்கள்
ஏற்கனவே பாரதியின் மதுநமக்குப் பாடலில்
போதையேறி வந்தவர்களுக்கு
பரவசமூட்டுகிறது மரத்தின் அண்மை
அதன் அறையில் தாம் அமர்ந்திருப்பதாய் உணர்கிறார்கள்
புட்டியைத் திறந்து குவளையை நிரப்பிக் கொண்டு
மரத்துடன் அருந்தும் மகிழ்ச்சிக்காக
கோப்பைகளை உயர்த்திப் பருகுகிறார்கள்
மதுவும் கவிதையும் ஒன்றிணைந்தால்
அத்தருணம் அண்ணாச்சியாகி விடுகிறது
மேசையின் மூன்றாவது நபராக மனதில் நெருங்கிய
மரத்தை ஆவலோடு நோக்குகிறார்கள்
மரமும் தம் ஆழ்மன வேட்கையைக் குவளைகளில் படர்த்தி
போதையை முற்றாகப் பெற்றதுபோல
தம் எண்ணிலா இலைகளால் ஆர்ப்பரிக்கிறது

டாஸ்மாக்கைக் கடந்து செல்லும் கவிஞன்
போதைப் பெருக்கிப் பேச்சாய் பொங்க
நகுலன் சுருதி மீட்டிய பிராந்தியுள் பாய்ந்து
உமர்கய்யாம்வரை விரிந்து
ப்யூகோவ்ஸ்கிக்குத் திரும்பி
யூமாவில் நிலை நின்று
தீர்த்தமாய் திரண்டிருந்த கடைசியைப் பருகி முடிக்கவும்
மதுக்கடைச் சிறுவனின் கோலிக்குண்டொன்று
இவர்கள்வரை உருண்டு வரவும் எழுந்து கொண்டார்கள்
சில கணங்கள் தடுமாறி பொறுக்கிய கோலிக்குண்டை
சிறுவனிடம்போல் ஒப்படைத்துக் கிளம்பினார்கள்
திரும்புகையில் ஒருவன் மற்றவனுக்கு விளம்பினான்
இந்த அனுபவம் மதுவுடையது மட்டுமல்ல
மது குறித்த பேச்சுடையது
நம்முடன் வந்தமர்ந்த மரத்துடையது
மரம்கூட வெறும் மரமல்ல இப்புனிதத்தலத்து விருட்சம்
பேசிக் கடந்தவாறு காண்கிறார்கள்
மரம் இருளில் நின்ற களிறுபோல
ஆசி தருவதாய் தம் கரத்தை உயர்த்தி நின்றிருக்கிறது.

கவிக்குழவி

எப்போது ஒரு கவிஞன் கவிதையினைக் கைப்பற்றுகிறான்
யோசிக்கிறேன்
கவிஞன் கவிதையின் கைப்பற்றிச் செல்கிறேனா
அல்லது கவிதை அவன் கைப்பற்றி வருகிறதா
அடுத்த யோசனை
கவிதை கவிஞனைக் கைப்பற்றி அழைத்துச் செல்கிறது
எனில் அது ஒரு மூதாட்டி
கவிஞனின் கைப்பிடித்து உடன் வருகிறதுவெனில்
அது ஐயமில்லாமல் குழந்தை
திகைப்பு
மூதாட்டியாக குழந்தையாக
கவிதை ஒரே நேரத்தில் இரண்டுமாக அர்த்தமாகிறது
இதுவரை எழுதப்பெற்ற கவிதைகள் அனைத்தும்
ஒரு மூதாட்டியின் படிமத்தையே ஏற்கிறது
மூதாட்டி பொருந்தாதோவெனில் அரசி
புதுமைப்பித்தன் கவிதையைக் கலைகளின் அரசி என்கிறார்
இனி எப்போதும் எழுதப்பெற்று வருபவை
குழந்தையாகவே இருக்க முடியும்
என்னவாகப்போகிறது என அறியமுடியாத மர்மத்தோடு
கரம்பிடித்து அரசியைப் பின்தொடரும் கவிஞன்
குழந்தை பின்வர அதன் கரம் பற்றியிருக்கிறான்
ஒரு பயணம் நிகழ்கிறது
இந்தப் பயணச் சித்திரம் கவிஞனுடையது மாத்திரமல்ல
கவிதையுடையதும்தான்.

புன்னகை வழி

நான்குவழிச் சந்திப்பில்
வாகனங்கள் வேகமுறுகின்றன
கண நேர தாமதங்களில்
வாழ்வு பின்னடைவதான மிரட்சிபோலும்
விட்டுதர விரும்பாத வீம்பில்
முந்திச் செல விரும்பும் தன் முனைப்பில்
அவ்வப்போது வாகனங்கள் முட்டிக்கொள்கின்றன
வடக்கிலிருந்து தெற்கு போகும் நான்
கிழக்கு நோக்கி நான்கைவர் சவாரியில் அவர்
எங்கள் சம தூரச் சம வேக வாகனங்கள் நெருங்க
அவரைப் போகவிட்டு ஒரு கணம் தாமதித்தேன்
என்னொருவன் மூலம் பலருக்கு அனுகூலம்
நன்றியாய் புன்னகைத்தார் நானும் புன்னகைத்தேன்
சென்றடையும் முன்பாகக் கடந்துவிட்டார்
என் புன்னகையோ
ஒரு கணம் நடுவெளியில் திகைத்து
பின் வாகனத்துப் பின் ஓடித் தாவி ஏறி
இருக்கை அருகமர்ந்து
அவர் தோள்மீது கைப்போடக்கூடும்
அவரும் அதையுணர்ந்து
புன்னகையைப் புன்னகையால் உபசரிக்கக்கூடும்.

மது மேசை

எனது மது மேசையின் நீளம் ஏறத்தாழ 3000 மைல்கள்
மேசையில் முன் பின்னாக
அலைக்கழியும் காலவெளி முழுக்குடுவை
உடைத்துக் கண்ணேறு கழித்த ரஹ்மதியா திறப்பில்
துருகமலைக்கோட்டை நட்சத்திர வெளிச்சத்தில்
விரிந்து வந்த நினைவில்
கொல்லிமலை அருவியில் மாறாக நண்பகல் மிதக்கிறது
மேசைக்குக் கால்கள் கிடையாது
ஆனால் விரிந்து மூடும் இறக்கைகள் உண்டு
ரயில்கள் கார்கள் பேருந்துகள் குறுக்கு மறுக்காக திரியும்
மேல்பரவும் தன்மையது என்பதால்
ஸ்ரீரங்கம் படித்துறையில் சபை கூட்டத் தொடங்கி
ஜமுனாமரத்தூரில் நகுலனோடு சங்கமித்து
தருமபுரி வெள்ளி வெயிலில் பிரகாசித்தவாறு நகர்கிறது
அங்குத்திச் சுனை முத்தங்களில் அன்பைப் பொழியும்
புதுச்சேரியின் கவிஞன் மேசையேறினால்
பகற்குடியர் கரவொலியில்
கோவில்பட்டியை சில கணங்களில் அடையலாம்
கிரிவல நள்ளிரவில் செங்கத்தை
சின்னியம்பேட்டை இட்டகாட்டுக்கு நகர்த்திப் பார்க்கலாம்
ஜம்மு தாவியில் கண்ணீர் கொப்பளிக்க
புத்தாண்டு ஏலகிரி எரிமலைக் கொந்தளிப்பில் கனல்கிறது
கோவலம் கடற்கரையில் காவலை மீறி கடல் நுழையும்
இருவர்
ஐந்திணை நிலமும் நிலவும் இம்மேசையில்
காட்டு வெங்கடாபுரம் பனையடிக்கும்

குண்டூர் ரயிலடிக்கும் நேர் சந்திப்பை நிகழ்த்தலாம்
பிரைட் மாடியிலிருந்து தள்ளாடி இறங்கி
கோல்கொண்டா குதுப் ஷாஹியில் கசல் கேட்க இயலும்
கண்டாச்சிபுர ஏரிப்பாறைகளில் நகைக்கும் நண்பகலில்
உச்சி மரக்கிளையில் தள்ளாடும் களம்பூரன் மலைக்கோட்டை
சூரியன் உதித்து நாயக்கனேரி கால்பதிக்க
தஞ்சாவூர் பகலில் வெயில் தணிக்க
சிம்லாவின் மென்னடையில் கதகதப்பாக்கலாம்
அந்தியின் ஆம்பூரிலிருந்து விடியலின் வேலூரடைவதற்குள்
வடபழனி பின்னிரவு குறுக்கிடுகிறது
முன்பனி ஜாமத்தில் ஜென் பள்ளத்தாக்கின் மரம்
பெரும்பொழுதுகள் ஆறிலும் பேசிக்கொண்டிருக்கிறது
ஜம்மலமடுகு நள்ளிரவுத்திரளை வேடிக்கைப் பார்ப்பதும்
வைகறை வெறியை ஏற்காட்டுப் பன்றி வறுவல் தணிப்பதும்
அடுத்தடுத்த நிகழ்வென அடுக்கலாம்
பௌர்ணமி ஏரி உதயேந்திர நிலவில்
இருவர் மட்டும் தனித்திருக்க
கவிக்கூட்டம் மதுரையில் காலை கிளம்பினால்
அதற்கும் முன்பே அதிகாலை சேலத்தில் ஆஜர் ஆகலாம்
நால்வர் குன்றேறி இருவராய் இறங்கிய சந்திரகிரி
மழைச்சாலையில் இருள் பயண சாகசம்
நினைக்குந்தோறும் தொடர்கிறது
சூரியன் உதித்து மறையும் போரூர் சந்திப்பில்
ஆள் மாறி ஆள் மாறி தெளியாது
நிகழும் காலமோ இன்னும் முப்பது ஆண்டுகளால் நீள்கிறது.

ஆனைக் கல் அணங்கு

ஏரித் தென்கரையில் தலைவைத்து
வடக்கே அலைநீரில் கால்நீட்டி
சயனித்த உம் மோனநிலையில்
சுடர்விழிப்பின் கலையா தவ உறக்கம்
அதில் பேரண்ட உயிரோட்ட கனவியக்கம்
மலினச் செம்பட்டுடுத்திய உன் மேனியெங்கும்
குங்கும மஞ்சள் தீற்றலே அணிகலன்கள்
தனித்த பல காலக்காத்திருப்பில்
உச்சி முதல் ஒசிந்த இடைமட்டும் தகிக்கிறது
மூழ்கிய கால்களின் தண்ணீர்மை
அதைத் தணிக்கிறது
அடிமொய்க்கும் கயல் மினுங்கல் கொலுசொளிர்வு
சிலிர்த்த நிலை அலைச்சருமம் பசும்மேனி
உம் பசுங்கூந்தல் விரிவயலாம்
அதிற்பூத்த மல்லிகைத் தோட்டம் சூடிய மலர்ச்சரமாம்
கரை நெடுக அணிவகுத்து
பனை காவலுக்கு நின்றிருந்தும்
எதிர்பாரா நாளொன்றில்
எதிர்பாரா நிகழ்வாக

உன் எல்லைக்குள் வந்திருந்தேன்
என்னுள்ளே அசைவற்ற உன் எழுந்தருளல்
கனிவில் தாயாகி
பணிவில் மகளாகி
அழகில் நங்கையோ
என மயங்கி
அகம் வெறிக்க அலைக்கழிந்து நின்றிருந்தேன்
தானறியாது தன்னைக் கண் வாங்காது காண்பவனைக்
கண்டுகொண்ட இறைவியானாய்
அக்கணத்தில் அந்த நடுக்காட்டில்
தாயே நீ தனித்தவளாய் உணர்ந்தாய் போலும்
பொய்ச் சீற்றக் கனல்வீச மின்னல்நேரக் கண் திறந்தாய்
அவ்வொரு கணத்தில் தடைப்பட்ட உன் கனவால்
இவ்வுலகக் கணக்கில்
சில நொடிகள் காணாது அழிந்தொழிந்ததை அறிய
அந்நேரத்தைய உன் வெகுளி அழகறிந்த எனையன்றி
பிறிதொரு நபர் அங்கிலரே.

பொருள் ஆகிவந்த பொருள்

முதலில் எங்கு இருந்ததோ
அதுவே அப்பொருளின் இடமாகுமெனில்
எது என்பது
அவ்விடத்தின் பொருளாகக்கூடும்
ஒரு பொருள் தனதல்லாத இடத்தில்
ஒரு போதும் நிலைக்காது
நிலைக்கவும் விரும்பாது
நிலைப்பின் இடமும் வடிவமும் இடர்ப்பட
படைத்துக்கொண்டு வந்த பொருளுக்குப் பொறுக்காது
நிலைத்த இடத்திருந்து
வேறு திசைப் பெயர
பொருளுக்கு விசையொன்று கிட்டலாம்
போலவே வெற்று கணத்தில்
விசையொன்று உயிர்ப்பெற்று
நிகழ்தகவாய் நிகழ
அவ்விசையில்
புதுப்பொருளும் தோன்றலாம்.

உறங்காத கனவில்

சகிக்கமுடியாத சாக்கடை நீரினுள்
நடந்து நடந்து மூழ்கிக்கொண்டு இருந்தவன்
அந்த அழுகலிலிருந்து மேல் மிதந்து வரும்போது
விழித்துக்கொண்டிருக்கிறேன்
குமட்டிக்கொண்டு வரும் அருவருப்பின் கற்பனை
அல்லது அகத்துள் விரும்பி அமிழ்தலின் எதிர்மனம்
இருப்பினும் நிகரான இவ்வனுபவம்
அதிதூய்மையின் விளக்கமில்லாத விலக்கத்தில்
மனதின் காயம் திறந்த விழிப்பில்
அடிமனப் புனைவின் படைப்பில்
விழித்து நிறுத்த விரும்பும் ஒரு கனவில்
நிறுத்தமில்லாது நீண்டுகொண்டிருக்கிற உறக்கத்தில்
நிகழ்ந்து கொண்டிருக்கிறது
விழிப்பு ஒரு வரம்போல அருளப்பட
விடியலின் ஒரு வெண்ணுடை தேவதை
தன் மகிமையின் மகோன்னதத்தில் நீராட்டி
எனை அள்ளியெடுத்து வந்து இந்த மண்ணில் வைக்கிறாள்
உறக்கம் துறக்காத என் மனமோ
அவளை ஏந்திக்கொண்டு சாக்கடையில் நின்றிருக்கிறது.

அறிவினா

இந்தக் கணத்தில்
இவ்வுலகையே தலைகீழாக்கிடும்
வல்லமையைப் பெற்றவன் யாராம்
எனக் கேட்ட கிருஷ்ணனிடம்
வல்லமையைப் பெற்றவன் யாராம் என
திரும்பக் கேட்டுக் கொண்டிருந்தான்
தெருக்கூத்தில் கட்டியக்காரன்
எங்கோ தூர தூரத்தில்
பார்வையாளர்கள் நகைப்பதை
தலை குப்புற பார்த்துக்கொண்டு
வலையில் வீழ்ந்து கொண்டிருக்கிறான்
சர்க்கஸ் கோமாளி.

பிறவிக் கல்

காற்றெங்கோ சென்று இளைப்பாறும்
அமைதிப் பொழுதில்
தன்னுள் பிம்பமாக்கிப் புதைத்திருந்த பெருமலையை
உள்ளதென திறந்துகாட்டும்
நிறைநீர்ந்த அகல் ஏரி
அது ஓர் அமைதிப்படுகை
அதன் ஆடிப் பரப்பின் நடுவே
வெண்மையில் பிரகாசிக்கும் ஒற்றைப் பல்பாறை
சபை கூடி உச்சி வெயிலடிக்கும் மத்தியானத்தில்
அமர்ந்திருந்த
அயல்நாட்டுக் கருநாரை
உள்நாட்டு வெண்கொக்குப் பட்சிகளின் செயல் உபயம்
எச்சமிட்டு எச்சமிட்டுப் பொலிவுற்ற அதன் வெண்புனிதப்பூச்சு
இக்கருவறை வளைவுக்குள் வந்துசேர்ந்த இவ்வமயம்
சிறு ஓசையில்லை அசைவுமில்லை
அலைச்சல்மிக்க இந்த மனிதப்பிறவியை
எடுக்காத ஆன்மாவாய்
இங்கு வர நேர்ந்திருப்பின்
இந்தப் பகல் வெயிலில் பிரகாசித்து மோனம் காக்கும்
பிறவிப் பெருங்கடலைக் கடக்கப் படகாகும்
நீர் நடுவே அசையாத் தவச்சாலைப் போன்றிருக்கும்
இப்பெருங்கல்லாய் பிறப்பெடுத்து நின்றிருப்பேன்.

குக்கூ காட்டுப்பள்ளி

ஒரு பட்டாம்பூச்சியாக, சிட்டுக்குருவியாக, மெல்ல ஊர்ந்து போகும் குட்டி நத்தையாக, தத்தித்தாவி நடக்கப்பழகும் மான்குட்டி போல, கடலையே குடிக்க நினைக்கும் சின்னஞ்சிறு மீன்குஞ்சு போல... இயற்கையோடு கலந்த ஒரு கல்வி, மனிதர்களான நமக்கும் கிடைத்தால் எப்படி இருக்கும்? ஒருவேளை, அப்படியொரு பள்ளிக்கூடம் எல்லா கிராமங்களிலும் இருந்தால்?! இயற்கை, கடவுள், மனம், கனவு, விளையாட்டு, நிம்மதி, புரட்சி, மகிழ்ச்சி, அன்பு... என எல்லாமும் அதில் அமைந்துவிடும். தேர்வுகள் இல்லாமல், பிரம்படி இல்லாமல், போட்டி மனப்பான்மை ஏதுமில்லாமல் ஆசிரியரும் மாணவரும் ஒன்று சேர்ந்து இயற்கையிடம் கற்றுக்கொள்ளும் ஒரு பள்ளிக் கூடம், அடர்ந்த காட்டுக்கு உள்ளே அமைந்தால், நம் மனது எவ்வளவு மகிழ்ச்சி அடையும்! இந்தக் கனவை நினைவாக்கும் முயற்சியில், ஜவ்வாதுமலை அடிவாரம் புளியானூர் கிராமத்தில் கட்டப்படுகிற ஒரு தர்மப் பள்ளிக்கூடம் தான் 'குக்கூ காட்டுப்பள்ளி'. காளான் பூப்பது மாதிரி கல்வி பூக்கும் குழந்தைகள் வெளி.

+91 8270222007, cuckoochildren@gmail.com

தன்னறம் நூல்வெளி

தன் உள்ளார்ந்த இயல்பால் ஒரு மனம் தெரிவுசெய்யும் செயலே தன்னறம். உயிரொன்றின் சுயவிடுதலையைச் சுடர்படுத்தும் எச்சிறு படைப்பாயினும் அதை அச்சில்கொண்டுவந்து பொதுவெளிப்படுத்துவதேதன்னறம் நூல்வெளியின் அடிப்படை நோக்கமாக உருவகித்துக் கொள்கிறோம். அவ்வகையில் கல்வி, காந்தியம், வரலாறு, சூழலியல், விவசாயம், தன்னம்பிக்கை, ஒளிப்படவியல், வாழ்வியல் மற்றும் சிறார் நூல்கள் என பல்வேறு துறைகள் சார்ந்த பன்மைத்தன்மை கொண்டுள்ள நூல்களை தொடர்ச்சியாக வெளியிடுகிறோம். காலந்தோய்ந்த அறமரபு துவங்கி, காந்தி ஏந்திய அறவழி வரை... சாட்சி மனிதர்களாகவும், அவர்தம் செயல்வழிப் பாதைகளாகவும் நீள்கிற இவ்வரலாற்றின், முடியாத மனசாட்சிப் பக்கங்களுக்குள் பொத்தி வைக்கப்படும் ஓர் மயிலிறகாக இதன் செயலமைவு அழகுற இயற்கையைப் பிரார்த்திக்கிறோம். எல்லாம் செயல் கூடும்!

+91 9843870059, thannarame@gmail.com,
www.thannaram.in